எச்சிக்கொள்ளி

வினையன்

நீலம்

நீலம்

எச்சிக்கொள்ளி

ஆசிரியர் : வினையன்
முதற் பதிப்பு : செப்டம்பர் 2022

நீலம் பப்ளிகேஷன்ஸ்,
முதல் தளம், திரு காம்ப்ளக்ஸ்,
மிடில்டன் தெரு, எழும்பூர், சென்னை - 600008.

உள் ஓவியங்கள், நூல் வடிவமைப்பு : நெகிழன்

விலை ரூ.80

ECHIKOLLI

Author : Vinaiyan © Vijayakumar
First Short Edition : December 2022
Second Short Edition : October 2023

Published by : NEELAM PUBLICATIONS,
No : 5, Nallathambi Street,
Mount Road, Annasalai, Triplicane, Chennai - 600002.

Cover Art : Kattingeri Krishna Hebbar
Printed at Ramani Print Solution, Chennai - 600089

Email : editor@neelampublications.com
Mobile : +91 98945 25815

INR : 80
ISBN : 978-93-94591-17-2

Neelam Monthly Magazine & Subscription - www.theneelam.com
Neelam Online Store - www.neelambooks.com

வினையன் (1990)

அரியலூர் மாவட்டம் கங்கைகொண்டசோழபுரத்தைப் பூர்வீகமாகக் கொண்ட விஜயகுமார், வினையன் என்கிற புனைபெயரில் எழுதி வருகிறார். சென்னை இணைய ஊடகமொன்றில் உதவி ஆசிரியராகப் பணிபுரிகிறார். மருதம் கலைக்குழுவை நடத்தும் இவர், தொல்லிசை மீதான ஈர்ப்பில் இசைக் கருவிகளையும் சேகரித்து வருகிறார். மணல்வீடு வெளியீடாக 2016இல் வந்த 'எறவானம்' இவரது முதல் கவிதை நூல்.

நன்றி

நடுகல் ~ மணல்வீடு ~ நீலம் ~ bookday.in ~ வாசகசாலை ~ கதவு ~ விகடன் தடம் ~ காமதேனு

கலைஞர் தொலைக்காட்சி ~ ஆம்பல் இலக்கிய வட்டம் ~ வீதி இலக்கிய வட்டம் ~ வெற்றிமொழி இலக்கியக் கூடல் ~ கோவை இலக்கியச் சந்திப்பு ~ எழுத்தாளி இலக்கிய வட்டம் ~ வாகை இலக்கியக் கூடல் ~ தாழ்வாரம் இலக்கிய அமைப்பு மற்றும்
கூப்பனரிசிக்கும் பொங்கிப் போடும் ராஜலெட்சுமிக்கும்

படையல்
என் கவிதைகளுக்கு மொழியைக் கொடையளித்த
பரேசக்காரக் கிழத்திகளுக்கு...

என்னுரை

சொல்ல வொண்ணுமில்ல

இலையுதிர்வதைப் பற்றித்தான் எழுத நினைப்பேன். ஆனால், எங்கள் பழங் காலனி வீட்டின் காரைகள் உதிர்ந்து சோற்றுத் தட்டில் விழும்போது., மரம் குறித்தே மறந்திடுவேன். எல்லோரும் அவரவர் பாட்டுக்குத்தானே வாழ்கிறார்கள் ஏன் நாம் அரசியல், கலை, இலக்கியமெனக் கூப்பாடு போடுகிறோமென எண்ணத் தோன்றும். நிராகரிப்புகளும் காழ்ப்புகளும் பரிதவிப்புகளும் குதூகலமுமென எல்லாமும் ஒருசேர கிடைக்கும் வாழ்வுதானென்றாலும்...

வெட்டுபட்ட எங்களின் முதுகு, நெற்றி எனச் சாதியின் வடுக்களைத் தொட்டுப் பார்ப்பதற்கே போதுமானதாயிருக்கிறது நாட்கள். நிரம்பி வழியும் என் மதுக்கோப்பையில் விஸ்கியின் அடர் சிவப்பு நிறத்தில் அப்பா மூட்டிய சாராய அடுப்பின் தணல் காங்கலடிக்கிறது. சாண் ஏறினால் முழுஞ் சறுக்கும் வாழ்வில், கலை, இலக்கியம், அரசியல் என எந்தத் தளத்திலும் தீவிரமாக இயங்க முடியாத ஓர் மன நெருக்கடியைச் சந்திக்கிற நாட்கள் தொடர்ந்தபடியேதானிருக்கின்றன.

"மூணாவது படிக்கும்போதே இடைநிறுத்தம் செய்து மாடு மேய்க்கப் போனேன்... கூலியாக இருப்பு மரக்காலில் பழைய சோறும் குழம்பும் தருவார்கள். நாளுங் கிழமை வந்தால் ஆக்கி இறக்கியதில் பங்கு தருவார்கள்" என்று சொன்ன மகாலிங்கம்தான் மேலும் நீ எழுதெனச் சொல்லாமல் சொன்னார்.

"மார்கழில மரங் குளுரும் தையில தர குளுரும் அப்படியான பனியிலும் ஈரக் கையோடு கொடி புடுங்கிப் போட்டுட்டு நீராரம் குடிச்சிட்டுக் கல்ல ஆய ஒக்காந்தா பொழுது போயி வூடு வரணும்...

மாங்கு மாங்குன்னு அஞ்சு அன்னக்கூட ஆஞ்சாலும் ரவோண்டு குள்ளப் புட்டில தல தட்டித் தந்த கூலிதான் அந்த ஒரு வருசத்துக்கும். வூட்டுக்கு நாலு சனஞ்சாதி வந்தாலும் மக்க மாரு வந்தாலும் வறுத்தோ வெவுச்சோ கொடுப்போம்னு" நிலக்கிழார்களின் சாதிய மனோபாவத்தையும் சுரண்டலையும் போகிற போக்கில் என்னிடம் சொல்லி... நீ எழுது அதுதான் உனக்கு வருதெனச் சொல்லாமல் சொன்ன சிவப்பாக்கியம் மக்கி மண்ணோடு போய்விட்டாள்.

அதோ அந்தத் தவிட்டுக் குருவிகளைப் பார்த்தீர்களா? மிக நெருக்கமாக மனிதர்களோடு நின்று இரை தேடுகிறது.

ஓடைகள் நிரம்பிய மழை நாட்களில் எங்கோவோர் குடிசையிலிருந்து அடித்து வரப்பட்ட நைந்த பாய்களும், சிமெண்ட் சாக்குகளுக்குள் துணிகள் திணிக்கப்பட்ட தலையணைகளும் மிதந்து செல்வதைப் பார்த்திருக்கிறீர்களா?

விரத நாட்களில் குழம்புக்கு வக்கற்று ரேஷன் அரிசியை வடித்து வெறுங் கஞ்சியை சாமிக்குப் படைத்த ஏழைத்தாயின் கதை தெரியுமா?

சீவாங்குச்சி ஒடிக்கச் சென்று முதுகில் நெருஞ்சி முட்கள் செருக ஆண்டைகளால் வன்புணரப்பட்ட கொடவுக்கண்ணியை முன் பின் பார்த்ததுண்டா?

முந்திரி ஈஞ்சிருச்சாவெனக் கேட்டுவிட்டு மரத்தினடியில் சருகுகளைக் குச்சியால் சீய்த்து முந்திரிக் கொட்டைகள் பொறுக்கச் சென்ற வெள்ளையம்மாவிடம்... "அஞ்சம்மாளை வச்சிருக்கானாம் உம் புருசன்" என்றதும் முந்திரியிலேயே தூக்கிட்டவளை... சிதறிக் கிடந்த மலங் கண்டு பிணத்தை அறிந்த துயரம் தெரியுமா?

கூலிக்கு மாரடித்து அஞ்சும் பத்துமா சேத்து; கணவன் அனுப்பிய ஐந்நூறை முந்தானையில் முடித்து வைத்திருந்தாள் முருவாயீ... வைத்த இடம் மறந்து பணத்தைத் தேடிக் கிடைக்காமல் துக்க காளியம்மன் கோயிலில் மொளாக் கிள்ளிப் போட்டதைப் பார்த்ததுண்டா?

நொண்டிக்கால போட்டுக்கிட்டு வூட்ல கெடந்தா என்னா... இந்தக் குச்சிக்கரி மொவ எம்மோஞ் சொன்னாலும் கேக்க மாட்றா... கால ஒடச்சிட்டு வந்து கெடக்குறியே... எங்கருக்குக் கையில காசி பணம்... எவ அவுப்பா இந்நேரத்துல...

இப்படியான வாழ்வியல் சூழலிலிருந்துதான் எழுதவந்தேன்.

தமிழின் கலைச் சொற்கள் வட்டார வழக்கில்தான் அதிகம் புழங்குகின்றன. மிகக் குறிப்பாகப் பெண்களிடத்தில். எனது கவிதைகள் பெரும்பாலும் பெண்மையக் கவிதைகளாகவே இருக்கும் என்பதையும் அவர்கள்தாம் எனக்கு மொழியைக் கொடையளிக்கின்றனர் என்பதையும் குறிப்பிட விரும்புகிறேன்.

பகுதி வாரியாக இலக்கியங்களைப் பிரித்து; கரிசல் இலக்கியமென்றும், நாஞ்சில் நாட்டு இலக்கியமென்றும், கொங்கு இலக்கியமென்றும், நடு நாட்டு இலக்கியமென்றும் புழங்குகிற சூழலில் நான் (நாங்கள்) எதுவெனத் தெரியாது விழித்த நாட்களதிகம். ஆகவே என் மண்ணுக்கேயுரிய பரேசக்காரிகளின் சொலவடைகளையும், வசவுகளையும், வழக்காற்றுப் பாடல்களையும் கவிதைக்கான பாடு பொருளாகவும் என் கவிதையை முன்வைக்க உகந்த மொழியாகவும் கையாள்கிறேன்.

'எறவான'த்திற்குப் பிறகான வாழ்வென்பது அதில் செருகப்பட்டு மறந்துபோன செல்லாக் காசுகளாக எஞ்சியிருக்கிறது. பல்வேறு நெருக்கடிகளுக்கு மத்தியிலும் என்னைத் தொந்தரவு செய்தவையும் நான் தொந்தரவு செய்தவையும் இப்போது எச்சிக்கொள்ளியாக மாறி நிற்கின்றன.

என் துன்ப காலங்களில் என்னோடு உற்ற உறவாய் நின்று கை தூக்கி விடும் எல்லோருக்கும், மேலும் என் முதல் கவிதை நூல் எறவானத்தை வெளியிட்ட மணல்வீடு பதிப்பகத்திற்கும், இரண்டாம் நூலை வெளியிடும் நீலம் பதிப்பகத்திற்கும் இந்நேரத்தில் நன்றியைத் தெரிவிக்கிறேன்.

● வினையன்

சோகையாலிழுத்துக் கட்டிய
கருப்பங் கழியோடும்
இஞ்சி மஞ்சள் கொத்தோடும்
பொங்க வருச வக்கெ
பொறந்தவன் வருவானென்று
ஏழாம் பிள்ளைக்குப்
பால் கொடுத்துத் தேற்றி
உறக்கத்திலாழ்த்தினாள்
சிறுவிடைக் கோழியிரண்டை
தோளில் தொங்கவிட்டு
வெள்ளாறு கடந்து வந்திருந்தார்
சொல்லாமக் கொள்ளாம
கோடித்துணி யெடுப்பவன்
வந்திருக்கிறான்
வானம் வெக்காளித்திருக்கவே
சோத்தை ஆக்கு
குழம்பை வையென
உத்திரத்துப் பல்லியொன்று
வெறுந் நாயே கதவத் தொற
நாதாங்கிய நல்லாப் போடென்கிறது.

ஏழூரும் பாழூரும் அலைகிறாள்
பச்சை வண்ணப் பவளக் காளி
பிசுத்த மயிருக்கு அரப்புத் தேய்க்க
நோனியில் வலி கண்டுபோகுதெனக்
கெடா மார்க் பிராந்தியை ராவாகயிழுத்து
அகல அடவு கட்டி அருள் பாலித்தாள்
ஒத்த ஓப்படியாளுக்கு ஓரடுப்பு
சரிக்குஞ் சரி சக்களத்திக்குத்
தனியடுப்பெனக் குறி சொல்லி
கல் உதிர்ந்த மூக்குத்தி
நெளிந்த காற்சிலம்பு
மக்கிய சரிகைப் பட்டுடுத்தி
ஆலமெடுத்து ஆராட்டுக்கு ஆயத்தமாகிறாள்
பின்னிப் பிணைந்த பெருஞ்சங்கிலியோசையில்
கனகம்மாளின்
கண்டாரவோழி மொவனே
வல்லாரவோழி மொவனே
ஆட்டங் கண்டு ஓடு வாடா
அத்தபெத்த மொவனேங்...
தாலாட்டில்
தலை சாய்ந்துறங்கினாள்
இறுமாப்புகொண்ட
இரட்டை முலைக்காளி.

ஒ

பெருமைக்குப் பிள்ளை பெற்று
புடுக்கை யறுத்துக் கையில் கொடுத்தானாம்
ஆக்கங் கெட்ட ஆகாவளிக்குத்
தலையை நீட்டி - அள்ளிக்
கட்டிக்கொண்டதுதான் யென்ன
நாளுங் கிழமையதுவுமா
உசுர்நெல மறைக்கக் கூட
துண்டுத் துணிக்கு வக்கில்லை
நாசமத்ததை யெழுதிதான்
என்ன லாவம்
மூலக்கடிச்சானுக்கு மட்டும்
எவள் சாண்டையை வார்த்துத் தருகிறாள்
வரட்டும் ராத்திரிக்கு
கட்டுத்தறி கவி பாடும்
கட்டிலுமா?

ஒ

ஊருக்கென்றால் ஒக்க நிற்குமுனக்குப்
படுக்கை மட்டுமென்னோ டெதற்கு
மோட்டுவளையை யடைக்க
பிடிக் கண்ணாம்புச் செத்தைக்கு வழியில்லை
மோடி வைத்துக்கொண்டுதான்
என்னவாகப் போகிறது
கொடுத்த விடத்தில்
கேட்டு வாங்கக் கேடென்ன
சொர சொரவென்றா கொட்டுகிறது
ஆற்றில் வருகிறது
மணலில் சொறுவுகிறது
கூப்பனுமில்லை யென்றால்
குண்டி காய்ந்திருக்கும்
இவ்வையகத்திலுண்டா
எனக்கு வந்த வாழ்வு
கொல்ல நெளுவுக் கண்டு
கொரங்கு பூலை ஆட்டுமாம்.

கொட்டியுந் தாமரையும்
கொளத்தடச்சிப் பூத்திருக்கு
குளுரத் தலமொழுகி
தாம் பொறந்த கோட்டக்கிப்
போய் நின்னாள்
கோட்டக்கிச் சொந்தக்காரி
கோட்டான் வருதுயிம்பா
கோலெடுத்து ஓட்டுயிம்பா
அல்லியுந் தாமரையும்
அழவா பூத்திருக்கு
அலறத் தலமொழுகி
அரம்மணக்கித் தான் போனாள்
ஆந்த வருதுயிம்பா
அலக்கெடுத்து ஓட்டுயிம்பா
ஒண்ட வந்த சக்களத்தி
ஆத்தைக் கண்டால் சூத்துக் கழுவுவதும்
அம்மியைக் கண்டால் மிளகாய் அரைப்பது மெதற்கு
தானா வந்ததைத்
தாயாக் கெடுத்தாளாம்
வீணாப் பேச்சென்ன
சோலி மயிறப் பார்ப்பதே சரி.

☯

அன்னந்தண்ணிதான் ஆகாரம்
ரேகத்துக்கு
பெத்ததுக்கெல்லாம் ஆக்கிப் போட்டுப்
பயனேதுமில்லை
சோறொன்னுதான் கொற மசுறென்கிறான் மூத்தவன்
எத்தன நாளக்கி இழுத்துட்டுக் கெடப்ப - இது
நல்லவளின் அரவணைப்பு
மாட்டுக்குக் கழிசலாப் போவுது
எங்கடா மேச்சப் பறக்கூதி மொவனேங்கும்
ஆண்டயாச்சும் அவ்வப்போது
கறி ஆக்கித் தருவான்
செத்த நாக்கு சென கெண்ட தேடுது.

ஏழாந் நாள் ஊர்வலத்தில்
வெள்ளிக்காப்பும்
மெட்டியும் போட்டு
பூவள்ளித் தூவி
புதுப் புடவை தந்து
பிசு பிசுப்போடிய மயிர்
தரையில் படாது
செவ்வண்ணத் துண்டு விரித்து
ஆராரோ...
எந்தாயி ஆரிரரோ...
எங்கம்மாளுக்கு...
எங்களாச்சிக்குவென...
தாலாட்டுப் பாடி
உறங்க வைத்து
பின்
வேஷங் கலைத்த காளி
இலுப்பைத் தோப்பு
பட்டைச் சாராயத்துக்கும்
சதாசிவங் கடை மட்டை ஊறுகாயிக்கும்தான்
நித்திரையடையும்.

☉

கூழைக் கும்பிடிட்டுக் குறுணி நெல்லுக்குப்
பண்ணையிலிருந்தார் தகப்பன்
பாண்டு பத்திரமெழுதிக் கைநாட்டு வைத்து
வருசக்கூலிக்கு மகன்
தாயித்தாப் புள்ளயாயிருக்கா
இவனும் ஒண்டிக் கட்ட
ரெண்டு தாரத்திலும் எது சேர்த்தி
தாரங் குறையில்லை குடும்பம் செழிக்கும்
சோராத ஒழைப்புக்காரன்
வாழ்முனிக் கோயிலில் வாக்குக் கேட்டுக்
கட்டிய தாலி
அண்டையெடுப்பது தண்ணி பாய்ச்சுவது
ராத்திரிக்கும் உறக்கமற்றுக்
கருப்பங் கொல்லைக் காவல்
வாழ்விக்க வந்த மகள்
பொங்கிய சோற்றை ஒண்டியாய்த் தின்று தனித் தூக்கம்
எத்தினி நாளக்கி ஏக்கத்திருப்பாள்
கொற வயிசுக்காரி என்ன செய்வா
மூவேளையும் இவள்
பேர் சொல்லிச் சிரிக்கும் முந்திரிக் காடுகள்
குலங் காக்கும் வீரன் தயவில்
பிள்ளைப் பேறு
ஊர்ப் பொதுவுக்குப் பேச்சு வந்தாயிற்று
என்றபின்

ஆரால என்ன கண்டபலம்
சோத்துக்குக் கொறச்சலில்ல
சொகத்துக்குச் செவத்தயா தேய்ப்பேன்
புள்ளக்கிச் சேருவதைப் பங்காத் தந்திடுங்க
பொழைக்கிற வழியைப் பாக்கிறேன்
காட்டில் புரண்டு வீட்டில் பெத்தவளுக்கு
யார் பங்கையெடுத்து
யாருக்குத் தருவதெனக் கோவங்காட்டினான்
சாமிகளே சவையோரே
தலைச்சம் பிள்ளையைப் போட்டுத் தாண்டுகிறேன்
நான் தர்ம பத்தினி.

தனக்கும் தனக்குமென்றால்தான்
புடுக்கும் களை வெட்டும்
துண்டு மண்ணைக் காசாக்கி
வெந்து தணிந்தான் வெயிலில்
கோவணம் அவிழ்த்தவன்
மலர்த் தூவி மாலையிட்டு
மூணாம் நாளில் பால் காய்ச்சு
உயரப் பொருத்தம்
நிறப் பொருத்தம்
இருட்டிலென்ன கூராய்வு
சிரித்து வை
கசங்கி அழு
கீறல் பொறு
புத்திர பாக்கியம் சுபம்
உடன்பாடுதானில்லை குள்ளப் பயலோடென்று
வராத கண்ணீர் துடைக்கிறாள்
வாங்கள் தம்பி
போங்கள் தம்பி
என்ற அத்தைக்காரி
கொண்டாடா கொண்டாடா கோன சூத்தா
நாஞ் சுத்தி வெடிக்கிறேன்
பார்றா செத்தவென்கிறாள்.

☉

கண்டயிடம் காணியாச்சு
தங்கவும் உண்கவுமா யிடமில்லை
கல்லுப் பொறுக்கி அடுப்பு மூட்டி
கலப்பரிசியில் பொங்கிய சோறு
நாள்பட்ட பசித் தீர்க்கும்
காரியங் களவு
நல்லது கெட்டதெனப்
பங்கும் பங்காளி பாகஸ்தனில்லை
எட்டுத் தலைமுறையாய்த்
தவசுச் சொல்லி
பிழைப்போடுகிறது சுத்துப்பட்டில்
சாங்கியத்துக்கொன்றும் குறையில்லை
ஆளாளுக்கு மாறுபடும்
எரிக்கலாம்
புதைக்கலாம்
ஏச்சுப் பிழைக்கவில்லை
இரந்தும் குடிக்கவில்லை
தொம்பப் பயலென்று சொல்ல மட்டும்
வக்கனைப் புண்டையாய் நீள்கிறது நாவு.

๑

சினை மாடெனத் தெரிந்தும்
பண்ணைக்கு வரவில்லை
ராசமாணிக்கமெனப்
பெரிய வீட்டுக்காரம்மா
ஓட்டி வந்திருந்தார்
மேற்கே பறையன்குளம் பக்கம்
மேய்ச்சலிலிருந்தன
ஆடு மாடுகள்
வேலிக்கொடிகளை
அலக்காலிழுத்து
கொராக்குட்டிகளுக்குப் போட்டார்
கோனையன்
புளியம்
ஓதியங்களில்
கிளைகளே மிஞ்சியிருந்தன
தும்பையும் கஞ்சாங்கோரையும்
மண்டிய கரம்பது
ஒரே மாட்டுக்கவுலா அடிக்குதெனப்
பின்னொட்டிய மண் தட்டி
எழுந்து நடந்தாள்
சிவந்த கெண்டைக்காலில்
செந்நாயுருவியின் தடங்கள்.

☙

வேசங்கட்டும் நேரமிது
சோப்புக்கட்டி வாங்கித்தர
துப்பில்லா வகையறாவுக்குப்
பர்லாங்குக்கொரு
விளம்பரத் தட்டி
மேலாட்டம் கீழாட்டமொன்றும்
சரியில்லை
மயிலுக்கென்ன சூத்துவலி
மாட்டுக்கென்ன கோமாரி
தப்பு செட்டு வந்த நேரமென்ன
கொடுக்கப் போவதில்
குறைத்துத் தருவதற்கு
வியாக்கியானப் போர்
செட்டிப் புத்தி
கெட்டிப் புத்தி
அஞ்சென்ன குறைச்சலா
அனைத்துமே வேண்டாம்
பொண்டாட்டி தாலியிருக்கு
பிடாரிகாட்டுக் காமாட்சி முன்
குதிகால் வலி நோவ ஆடிய
பாத மண்ணை வாரியிறைத்துச் சொல்கிறேன்
இதேபோல மண்ணாப்பூடு.

ஒ

முடைச்சலுக்கு வாங்கிய முன்பணமென்பதற்காக
நாளுங் கிழமையென்றுமா தெரியாது
மேஸ்திரிக்கு
வருத்தி யுழைத்துதான்
என்ன சுகம் கண்டாள்
வாழ்க்கைப்பட்டவள்
இல்லாத சவுக்கையிலும்
காய்க்காத முந்திரித் தோப்பிலும்
கண்டதாய்ச் சொல்லும் ஊர்
வேலைக்குப் போகவில்லை யென்றால்தான்
என்ன மொட மசுராகிவிடும்
கூப்பனரிசியைப் பொங்கித் தின்று
உசுரு வளர்க்கலாம்
ஏச்சுப் பேச்சு வாங்குவதற்கு.

ஏாக்கண்ணு
பவக்கண்ணு முழிச்சும்
மெனக்கெடலுக்குண்டான பலனில்லை
தீட்டுக்காரி மிதித்திருப்பாள் கொல்லையை
மெச்சுகிற விளைச்சலில்லை
மேயப்போகிற மாடு
கொம்பில் கட்டிக்கொண்டா அலைகிறது பில்லை
ஊருக்கென்றால் நிக்கும்
வண்டிக்காரமூட்டுப் பங்குதானே யென்ற மெதப்பு
சுந்தரகாளிக்குக் கிண்டிய கூழ் போக
மிச்ச மீதிதான் தொம்பக்கூடு
நிறையப்போகிறதா யென்ன.

ஓ

நாளு வந்து சாவங்காட்டியும்
நாழியில் போகுமுசுறு
பதுவுசு பட்ட மொளா
எம்பேரு ரெட்ட மொளா என்பவள்களெல்லாம்
நாக்கின்மேல் பல்லைப் போட்டுப் பேசுவாள்கள்
வறுமைக்குப் பொழப்புக்குப் போனால்
கொடுமையைக் கொண்டு வந்திருக்கிறாள்
யார் தலையில் கட்டி
எப்படியோட்டுவது குறைக் காலத்தை
சொல்லென்றாகிவிட்டது
மான அவமானம் பார்த்திருந்தால்
யார்தான் வாழமுடியுமிங்கு
முழுப்பிள்ளையைப் பெத்திடலாம்
அரைப்பிள்ளையைக் கலைப்பதற்கு.

௒

அன்றாடம் ஆத்துக்கொமுட்டியும்
காலாண்டுக்கோர்முறை கண்டங்கத்தரியும்
தவறாது தேய்க்கும் தலைவெட்டுக்காரி
நாள்பட்ட இளங்கன்னியைக்
கரை சேர்க்க
நாயாய்ப் பேயாய்
நானிலமெங்குமலைந்து
நல்வரனொன்றைப் பார்த்தாயிற்று
தா போறேன் தே போறேனெனக் கிடந்தவள்
மனம் நோவ ஏன்
மசிர் மசிரெனக்
கத்துகிறாய் ரத்தினாம்பா...
மாலையெடுத்துப் போட்டு
நெற மரக்கா விளக்குப் பார்த்து
மாங்கல்யம் தொட்டுக்கொடு
ஈனும் கன்றாய்க்
கொடி தாங்கும் ஆலாய்ச்
செழிக்கட்டுமவள்.

ஓ

வடக்கு மலையானுக்கு நாட்டு மாடு
வாழ்முனிக்குக் கெடா
வெராக்குடி வீரனுக்குக் கட்டக்கால்
எட்டு வருசத்தில் ஏறி யிறங்கிய
கோயில் குளங்கள் எத்தனை யெத்தனை
வைத்தியத்தில் இறைத்த காசில்
வரமென வந்துதித்த
பெண்பிள்ளை யொன்று போதாதா?
பேர் சொல்ல
முறம் பீயைத் தின்றுவிட்டு
அடுத்தவன் குசு நாற்றமடிக்கிறதென்று சொல்லும் ஊர்
எச்சிக்கொள்ளி யென்றானபின்
எழவுக்கு வந்தவளா தாலியறுப்பாள்
பொட்டப்புள்ள வைக்கும் நெருப்பில்
கட்டை வேகாமலா போகும்.

ⓞ

அப்பாவின் கட்டம்போட்ட கைலியை
எட்டாகக் கிழித்து எறவானத்தில் செருகி வைத்திருப்பாள் அம்மா
கார்த்திய பெருமழ நாளில்தான்
பிரியல் போட்ட பச்சைப் பாவாடை முழுதாய் நனைந்தது
வெள்ளாத்து நெறஞ்ச தண்ணியில
மூட்ட கட்டிப் போட்டது
இன்றும் நினைவிலிருக்கிறது.

☯

சடலம் கழுவி சவ்வாது மணக்கும் பந்தல்
சாலை நெடுகிலும் உதிர்த்துவிடப்பட்ட சாமந்தி
உற்றவளின் ஓலம் இளநீர் வெட்டி வைத்த எல்லை வரை
எரியும் என் மேல் கங்குகளாய் மின்னுகிறது காலம்.

௦

உப்பணியில் தண்ணி காட்டி
உறும நேரமுன்னு
கருவ நிழலில் முந்தானை விரித்தாள்
அலம்படித்த ஆடும் மாடும்
ஆல மரத்தடியில்...
கொத்துக் கொத்தாய் மேல் விழுந்த
கருவக்காய்களுக்குப் பதறி
உதறி எழுந்தாள்
நெளிந்து மறைந்தது
பெருஞ் சாரையொன்று.

ஓ

பட்டங் கட்டும் அம்மான் பரோபகாரி
வாழும் வீர ஜாம்புகன்
பந்த வாசல் மிதிக்காத வாசாக்கு
பொறந்த கோடிக்கும்
வாய்க்கரிசி வாமூட்டு எடுத்துக்கொண்டாள்
ஆயந்தி
சனி மூலைக் காலில் சளி சிந்தித் தடவி
வாழ்முனியை நினைத்து
விழுந்து வணங்கி
மாலையெடுத்துப் போட்டு
பெற்ற மகள் மணக்கோலம் கண்டு
மாள மாள அழுகிறாள்
உற்ற தங்கை
எரிகிற வீட்டில் பிடுங்கியவரை லாபமென
எங்கிருந்து வந்தாளோ
குலத்தையழித்த குச்சிக்கரி
அவ மசானக்கரையாப் போவ.

௦

மங்கை நல்லாளுக்கு வயிசு பதினாறு
ஆம்பள மாப்பிள்ளைக்கு
நெஞ்சு முடி வெள்ளிக்கம்பி
தலை மசுறோ தப்புச்செடி
எம்பெருமான் சந்நிதியில்
நிச்சயத் தாம்பூலம்
மகா மண்டப அம்பரிஷி (பட்சிராசன்)
துணை...!
உங்கள் ஆதிக்கப் புத்தியில்
வராஹ அவதாரம் மூத்திரம் விட வேண்டிக்கொண்டேன்
ஓம் நமோ நாராயணாய...
☉

ஈரங் கோத்த கொட்டகையில்
புழுக்கையின் வீச்சம்
கொடி ஆடு படுத்துக்கிடக்கும்
சனி மூலையில்தான்
நோவில் கிடந்த பெரியம்மா
உசுர் போனது
ஞாயிறு சந்தையில் பேரம் முடித்து
கயிற்றோடு வீடு திரும்பினார் பெரியப்பா
கொடி ஆட்டுக்குட்டி
அதே சனி மூலையில்
வயிறு வீங்கி அசைவற்றிருந்தது.

๑

காவாளையும் கஞ்சங்கோரையும்
மண்டிக்கிடந்த படுங் கரம்பது
அகல உழுவதற்கு ஆழ உழலாமென
ஒன்றுக்கு இரண்டு சாலோட்டி விதைத்தாயிற்று
வெரலாட்டும் மொளைக்குமெனச்
சொல்லியே கொடுத்தான் கமிட்டிக்காரன்
மானாவரிப் பயிரில் மக்க மசுராக் கிடைக்கும்
எவன் ஹூட்டுப் பன்னிடா யிது
வடவண்டக் கோடியிலிருந்து விரட்டு
ஆலக்கள்ளியோரம் குத்திச் சொறுவ
ஒப்பன் ஒக்காந்திருக்கான்
மொத்தமா நிண்டுச்சுன்னா
தப்புக்கல்லக்கூட மிஞ்சாது
சாமியாவது கீமியாவதெனக்
குண்டியில் சொருவி
குடலை உருவியிழுத்தது சுளுக்கி
கைல கிய்ல குத்திக்காம
பரணிலிருந்தெடுத்து
தெக்கேரி மோட்டிலிருக்கும்
தங்கையனிடம் கூர் தீட்டுவதே உத்தமம்.

ೞ

ரோந்துக்காரனைப் போல்
பாதை போகிற இடமெங்கிலும்
பார்த்தாயிற்று
உறும நேரத்தில் வயசுக்கு வந்த
பொட்டப் புள்ளையை அனுப்பாதேயென்றதற்கு
ஒரு செறுக்கிப் பயலும் கேட்கவில்லை
வடக்குவெளி இலுப்பைத் தோப்பு
தெற்கே மரக்காயங் கொல்லை
கீழ்ப்பகுதி அவுரித் தொட்டியென
எங்கு தேடியும் அகப்படவில்லை
காலனிக்காரன் தொரசாமி மொவனோடு
ராசா வாய்க்கால் முழுங்கிப் புதரில்
கண்டதாய்ச் சொன்னதுதான் தாமதம்
கள்ளுக் கலயத்தில் விழுந்த கொளவிபோல் மிதந்தாள்
நாச்சியார் குளத்தில்
எல்லை மினி இட்டு வந்து
தண்ணியில அமுக்கிருச்சென
ஊர்ப் பேச்சாயிற்று.

ஒ

அடைமழை நாளில்
குளிர் தாங்காது
கொடுங்கையில் ஒடுங்கிக்கிடந்த
அக்காக்காரிக்கு
நான்கு பர்லாங்கு நடந்து சென்று
தறி நெசவியதைச் சொல்லாமல்தான்
கண்ணாலம் முடித்தோம்
இனியொரு தடையுண்டெனில்
சுந்தரகாளிக் கோயிலின்
தென்மேற்குப் பேச்சியாத்தாளை
நான் என்ன சொல்லிப் பாடுவது
எந்தன் மனம் இரங்கவில்லை
எந்தன் மனம் இரங்கவில்லை.

ஒ

இலுப்பைக் கொட்டைகள் பொறுக்கி
வீடு திரும்பியிருந்தோம்
மேற்கே பாப்பார வீரன் கோயில் பக்கம் மேயும்
முட்டிக்காலிட்ட ஆடுகளை
ஓட்டி வரச் சொல்லியிருந்தாள் அம்மா
சவுக்கை மெலாறுகளை ஒரு சேரக் கட்டி
காராம் பழத்தைச் சும்மாட்டில் சுற்றிப்
படியவாரி இறுகப் பின்னிய ஒற்றைச் சடையோடு
ஓடை வழியாய் வந்த பூனக்கண்ணிக்கு
ஆலக்கள்ளிப் பூ தந்து
பிசுபிசுத்த கன்னத்திலிட்ட முத்தத்தை
வம்பாரை நிழலில் வீற்றிருந்த
மழை தரும் மாணிக்க ராசா
சலனமேதுமில்லாமல் பார்த்தபடி அமர்ந்திருந்தார்.

நாயக்கன் பள்ளம்
செங்கமலத்து நாயகி சந்நிதானத்தில்
கெழங்கு மஞ்சள் தொங்கும் தாலியை
கல்லாங்குளத்துத் தாமரையும்
நெய்வேலி காட்டாமணக்கின் மேலமர்ந்த தவிட்டுக்குருவியும்
நம்மிருவர் அரவம் கேட்டுத்
தலை தூக்கி நின்ற உடும்பும்
சாட்சியாய் வைத்துக் கட்டினேன்
ஆத்தா வூட்டு அரம்மணக்கி
கொண்டவங் கோடியே மேலெனக் கிடந்தவள்தான்
ஆவாத பொண்டாட்டி
கை பட்டா குத்தம் கால் பட்டா குத்தம்னு ஆச்சு
ஏழு கன்னிக் கோயிலில்
அறுத்து வீசி
ஒட்டுமில்லை உறவுமில்லையெனச் சென்றவள்
கல்லங்குறிச்சி கலியபெருமாளுக்குக்
குடும்பத்தோடு மொட்டைபோட வந்திருந்தாள்
கந்த விலாஸ் விபூதியும்
செஞ்சாந்தும் விற்குமென்னால்
என்ன பெரிதாகக்
குடும்பம் நடத்தியிருக்க முடியும்.

௬

அம்மா
கட்டத் தவறிய மாதக்கடன்
மகளுக்கு வந்த
மழைநாளின் காய்ச்சல்
சீசனுக்கு வரும்
தொடர் கழிச்சல்
யாவற்றுக்கும் தரவுக்குப் போகாமல்
இறுகப் பிணைந்திருப்பாள்
செல்லாத்தி யெனும் வெள்ளாடு.

மாட்டுக்கறிக் கடைகள்
நெரிசல் மிகுந்திருக்கின்றன
டாக்டரு சொன்னாருங்க தம்பி
வைத்தியத்துக்கு வாங்கிட்டுப் போறேன்
இந்தப் பெரிய பய என்னத்த கண்டான்னு தெரில
நடுக்குட்டிதான் பறக்குது - என
மேலத்தெரு அண்ணன்கள் வரிசையில் நிற்கின்றனர்
செத்த மாட்டைத் தூக்கக் கூப்பிட்ட
இவர்களின் அப்பாக்கள்
ஆன்மா சாந்தியடையட்டும் கோமாதா

துக்க வீட்டின் முந்தைய நாளின் பின்னிரவு
பாரபட்சங்களற்றது
வலிகளின் ஒலி நிறைந்து கிடக்கும் அறை
சிவந்த கண்களை உருட்டிப் பார்க்கும் மனதிடமுடையவர்
அவ்வப்போது எட்டிப்பார்த்துப் பெயர் உச்சரிக்கும்
இணை
காலா?
கையா?
நெஞ்சா?
எங்கே வலிக்கிறதென்பதற்கு
எல்லாவற்றிற்கும் ‘ம்’ என்றுரைக்கும்
மரணத்துக்குரியவர்
சின்னவனையா?
பெரியவனையா?
யாரைக் கூப்பிட என்பதற்குள்
ஏதோவொன்றை மிச்சம் வைத்துவிட்டதாய்
ஒடுங்கிக் கிடக்கிறது மார்பு
கூச்சலும்
வாசனையும்
நிறைந்து சமரசங்களுக்குட்பட்டதாய்
எரிந்து அணைந்திருக்கும்
மரண வீட்டின் விடியற்காலை.

யானை கட்டிப் போரடித்தீர்கள்
சரி
யாருக்குக் கிடைத்தது
நெல்லுச் சோறு.

�஧

கொடகொடன்னு மழ பொழிய
கொள்ளிடந் தண்ணி யல மோத
ஆதனூர் புலையிலே
நாளை போவேன்
நாளை போவேனென
நற்குறியாய் வந்துதித்தான்
அந்தணர் மாளிகைகள்
வேள்வி மண்டபங்கள்
எனக்கு அடைதல் அரிதென்று
தூரத்தில் கைத் தொழுது
வலங்கொண்டு செல்வான்
அப்பனைத் தெக்கால போவ
ஆத்தாளை வடக்கால போவ
இன்னல் தரும் இவ்விழிபிறப்பு
பொன்னம்பலத்தைப் போற்ற
தடையா யுள்ளதே?
இப்பிறவி போய் நீங்க
எரியினிடை நீ மூழ்கி
முப்புரிநூல் மார்புடன் முன்னணைவாய்...
அவ்வண்ணமே,
தெந்திசையின் மதிற்புறத்துத் திருவாயில்
வேள்வித் தீயமைத்து
நாளை போவாரை
இன்றே நலமுடன் போய்வா யென அனுப்பினர்

செந்தீயில் வந்துதித்த
தணல் தாங்கா நந்தன்
அடேய்...
திருட்டுக் கண்டாரவோழிப் பயலுகளா வெனச்
சாம்பலானார்
சடசடன்னு மழ பொழிய
சலவந் தண்ணி யல மோத....
சாமியானான் நந்தனெனச்
சாம்பலைக் காட்டினான் பாருங்கடி.

ூ

உன் கவ்வைக் குச்சியில்
எரியும் பிணவாடை
முதுகெலும்பிகளின் பேரிரைச்சல்
வாய்க்கரிசிகளைப் பொங்கித் தின்னும்
உன் ஈயத் தட்டில்
ஆண்டைகளின் நிலத்தில் மாடாய் உழுத
சேரிக்குடியானவனின் வியர்வை
உப்புக் கரிக்கிறதா ஈஸ்வரா?
நெற்றிக் காசுகளைச் சேமித்து வைக்கிறாய்
'காவி'யத்தலைவன் செல்லாதென அறிவித்தால்
என்செய்வாய் அம்பலத்தா?
கனன்றெரியும் சடலம் நரம்பிழுத்து எழும்போது
மூட்டுக்கு மூட்டுத் தட்டி அடக்குவாய் ஞாபகமிருக்கா?
அது உயிரற்ற உடல்
இந்நாட்டில்,
நாங்கள் உயிருள்ள பிணம்

துண்டறிக்கைகள்
கண்டன ஆர்ப்பாட்டங்கள்
எச்சரிக்கைக் கோஷங்கள்
டீக்கும் ரொட்டிக்குமிடையில் இசங்கள்
பெருமழை கொண்ட
ஓர் அர்த்த யிரவில்
தலைக்காகத் தரப்பட்ட நெகிழியில்
நீர் சொட்டுகிறது
மேற்கூரையை
அண்ணாந்து பார்த்துக்கொண்டிருந்தார்
தோழர்.

௳

கோத்துச் சூடிய அலரி
விரிந்து நீண்ட கருங் குந்தளம்
ஒப்பனையில்லா முகரை
கொழுந்து நீக்கிய துத்தியோடு
மோர் கலந்து ஆளோடியில் நிற்கிறாய்
அடியே
நின் கொடும்புறம் தொட
உள்நுழை
யான்
சபலமுற்றிருக்கிறேன்.

ஓ

பச்சிலை பறிக்கச் சென்றவள்
வீடு திரும்பவில்லையா?
கொண்டலோடு
தாழையின் மணம் வீசுகிறது
அழைத்து வர ஆள் அனுப்புங்களென்று
தொளுகழலெரிச்சோடு
வாசற்படி பார்த்து நின்றான்
உச்சியில்
இருவாட்சியும்
பின்னலில்
தாழையும் சூடி
பச்சிலை சகிதம் நுழைந்தாள்
அடியேய்...
மாற்றான் காட்டில்
மனமுவந்து யெப்படிப் பறித்தாய்
வேட்டுவச்சி
நீர் நிலை கடக்கும் நேரமது
அவள் தாண்டி ஓரம்பு எனைத் தீண்டுமா?
இரு விசும்பு அதிர மின்னிய
கணப் பொழுதில்
தாழையோடு
சேர்த்தணைத்திருந்தான்.

☙

எருக்கஞ் செடி யுடைந்து
பால் பீய்ச்சுகிறது
கெண்டைக்கால் முழுக்கக்
கருவேல முள் கிழிச்சல்
குளத்துக் கட்டையிலேறி
புளியங் கொழுந்தை லாவுகிறது ஆடு
சட்டென எழுந்திரு
ஆடு ஓடிரும்
கச கசன்னுருக்கு.

☉

சுற்றிப் படரும் சுரை
பக்கம் படரும் பரங்கி
பனி கோத்த கூரை
குளிர் நிரம்பிய பூசணிப் பூக்கள்
இளஞ்சூட்டின் கதகதப்பு
முண்டி முயங்கும் விடிகாலை
நான் மீண்டும்
நாளைய பனி யிரவுக்குத்
தயாராகிக்கொண்டிருந்தேன்.

۞

நனைந்து வந்தவள் மேல்
செம்மறி வாடை
கிடை இன்று தேக்கந்தோப்பில்
பச்சை ஆட்டுக்கறிகள்
துடி துடித்தன
இஞ்சி பூண்டு முன்பே அரைத்திருந்தது
சித்த நேரம் பொறுத்துப் போ
சூடு கொண்டா
துவட்ட துண்டில்லை
இறுக அணை
அது என்னுதில்லை ஆட்டின் ரேகம்
வெறித்த கிடா
கால் சீண்டிப் பார்த்தமர்ந்தது
துடைத்துப் புறப்பட்டானவன்
துண்டை மறந்து.

☯

கருவேல மரநிழல் காங்கல்
ஆரெஸ்பதியும் வெக்கை
அலம்படித்துத் தண்ணி காட்டி
ஓய்ந்திருந்தால்
வேண்டாமென்றா சீந்துவார்கள்
ஒன்னாந் நம்பரு வாய்க்காலில்
சிதறுண்ட பனம்பழத்தின் வாடை
குமட்டுகிறது
இந்தக் கோடையின்
கொழ கொழப்பு
எரிச்சலைத் தருகிறது
ச்சீ.

ஒ-

முற்றம் வைத்த சுற்றுக்கட்டு வீடு
ஆளோடியின் படுக்கை விரிப்பில்
நாட்பட்ட நோயின் செங்கிழவி
பித்தளை நாதாங்கியிட்ட
நிலைக்கதவு தேக்கில்
பெயரறியா கடவுள்களுக்கு
பூவும் பொட்டும் வழக்கத்திலுண்டு
பெட்டி நிறைந்த சரிகைப் பட்டும்
கழுத்துக்கு மொத்தமாய் தாலிச் செரடும்
சோற்றுக்கு சொகத்துக்கென்று யாதொரு குறையுமில்லை
இரவானால்
மெத்தைச் சால்ரா கொலுசை மட்டும்
அவிழ்த்துவிட்டு
வெறுங்காலைப் பின்னிக்கொண்டு
உறக்கம் தொலைக்கிறாள்
துருவேறிய பெட்டியிலிருக்கும்
பொடிச் சலங்கை
அறையெங்குமொலிக்கிறது
பின்னிரவில்
கால் சோர்ந்துறங்குகிறாள்.

௦

நீலம் பூத்துக் கிடந்த
கடல் மணற் பரப்பில்
எக்காளமிட்டுக் காத்திருந்தேன்
குத்தீட்டியும்
கூரிய கற்களும் உரசும் பெருஞ் சத்தம்
அலைகளினூடே வந்து செல்கிறது
பெருத்தக் காட்டுப் பன்றியின் உறுமலோடு
ஓர் கடல் நண்டு
கொடுக்கை யுயர்த்திச் சீறியது
கடல் தன் அலையை மடித்துப் புறப்பட்டு
ஆப்பிரிக்க நீக்ரில்லோஸிடம் சொன்னது
உன் பேரன் பசியோடிருக்கிறான்.

۞